अपरि पक्व

सिद्धार्थ बनसोडे

Made with ♥ on the Notion Press Platform
www.notionpress.com

नक्कीच हि कृती मी समर्पण करीत आहे AICTC च्या सर्व कर्मचारी वर्गाला. कार्डिओलॉजी आणि सर्जरी विभागामधील सर्व डॉक्टर्स आणि तेथील अधिकारी वर्ग, ज्यांनी मला प्रोत्साहन दिले, ज्यांनी माझं ऑपेरेशन केलं, ज्यांनी मला त्यातून बरे होण्यासाठी मार्गदर्शन केले. सर्व नर्सना ज्यांनी मला योग्य वेळी मला सलाईन लावले, गोळ्या दिल्या आणि सोबतच तो कर्मचारी वर्ग ज्यांनी माझी काळजी घेतली.

ठराविक नावे आहेत पण, ते प्रकट करायची कि नाही हा मोठा प्रश्न आहे.

महत्वाचे म्हणजे हे पुस्तक मी समर्पित करतो, दिपक केडिया, नारायण केडिया आणि बिझ्झसेतु टीमला ज्यांनी माझ्या शस्त्रक्रियेसाठी सढळ हाताने मदत केली.

अनुक्रमणिका

अनुक्रमणिका

आभार

मी आभार व्यक्त करतो माझ्या बायकोचे जीने या कविता लिहण्यासाठी मला प्रोत्साहन दिले. माझ्या कुटुंबाचे, ज्यांच्या प्रेमामुळे आणि पाठबळामुळे, मी या कविता आज कविता संग्रह म्हणून प्रकाशित करत आहे.

प्रस्तावना

बायको म्हणलं कि गंभीर विषय असतो. आणि माझी म्हणाल तर किंचितशी पुणेरी. मी पहिल्या पासून चारोळी केल्या पण त्या चारोळीच का असं म्हणणारी ती.माझ्या अगोदरच्या इंग्लिश काव्य रचना तिला मराठीत

भाषांतर करून ऐकवत बसण्यापेक्षा नवीन केलेल्या बऱ्या.

रागावलीस कि लाल तर दिसतेस, पण गोड पण आहेस असं म्हटलं कि स्वारी खुश. काही रचना डोक्यावरून गेल्या तर मला नक्की कळवा, कारण ते मी तिला सांगितलं तर ती खुश होईल. बघा त्यांना पण नाही समजली असं ती मला म्हणेल.

ज्याचं अरेंज मॅरेज आहे त्यांनी थोडे, सावकाश वाचावं. थोडं स्वतः आनंद घ्यावा. आणि ज्याचं लव्ह मॅरेज आहे त्यांनी खुशाल फेकावं पुढची स्वारी मजा देईल.

शेवटी एक चारोळी तर हक्कच गाजवतात प्रेमवीरांवर

प्रेम कस करावं तुझ्या वरती

घेतली तर होती गुलाबाची छडी

पण तुझ्या मॅसेज पाहता फोन वरती

आलो घेऊन दोन कोथंबीरीच्या पेंडी

प्रस्तावना.

बायको म्हणलं कि गंभीर विषय असतो. आणि माझी म्हणाल तर किंचितशी पुणेरी. मी पहिल्या पासून चारोळी केल्या पण त्या चारोळीच का असं म्हणणारी ती. माझ्या अगोदरच्या इंग्लिश काव्य रचना तिला मराठीत भाषांतर करून ऐकवत बसण्यापेक्षा नवीन केलेल्या बन्या.

लेखक परिचय

सिद्धार्थ बनसोडे, एक लेखक जो अगोदर इंजिनियर झाला, नंतर फिरस्ती, आणि शेवटी डिझायनर. जन्मतःच हृदयरोगी आणि म्हणून आरोग्याच्या कचाट्यात सदैव अडकलेला. जर तुम्हाला त्याच्या सोबत बोलायचे असेल तर लिंकडंइन माध्यम वर @sidh8artha सर्च करा . तो सध्या पुण्यात आपल्या बायको आणि लहान मुलीसोबत राहतो

त्याच पाहिलं पुस्तक एक ईबुक आहे "ट्विन्स टेल: कर्मा अँड लव्ह", दुसरं "फुल्ल ऑफ हर" छापील आवृत्ती. जर तुम्हाला त्याची कोणती चूक लक्षात आली असल्यास नक्की त्याला सांगा. आगामी महिण्यात अजून एक पुस्तक प्रकाशित करण्याच्या विचारात.

1. साजन

कधी जमेल मजला
हे मनाचे अंग शोधणं
अबोल राहुनी तुजला
माझं प्रेम साजन

2. प्रथमा

हि वेळ आहे का? हो नक्कीच हि वेळ आहे.
आपण भेटूया का? होण्यास मोकळ थोडे
तुजला वाटतं काय? आणि माझं काय,
प्रेम असत कस? पण तुझ्या मते ते काय?

थोडंस आपण फिरू, थोडासा क्षण घालवू.
पण मी कसा बोलू? तुझ्या हास्य सामोरी.
तुझे ते निशब्द बोलणं? काही तरी सांगतात.
काही खोडकर, काही प्रेमळ, जे मजला न कळ.

हातात हात असावे, फक्त काही वेळ नाही,
तर आजन्म अंतरासाठी, अगदी आताही.
ते तुझी नाजूकशी बोटं, आणि त्यात वसलेली अंगठी.
मला पाहायच्या आहेत, त्या हाताच्या तुझ्या रेषा.

३. होकार

आता फक्त एक ठरवलं, तुला सुखी ठेवायचं.
आणि स्वतःला, तुझ्या इर्षेत सामावायचं.
संबंध पुढ्यात असताना, काही भविष्य साकार होताना
सगळ्यात अगोदर सांगावं तुजला, माझा होकार तुझ्या
प्रश्नाला

अडकेल ना माझ बोट, तुझ्या कुरळ्या केसात.
आणि मजला उमजतील न, काही सुगंध काही मन.
कधी लाल तर कधी गुलाबी. तुझे ते गुबरे गाल.
फक्त पाहत रहावं, आणि त्याच्या प्रेमात पडावं .

तुजला शुभ्र सफेद पाहीन, आणि त्यावर सोनेरी काही पान.
तुझे रूप सजेल, आणि तू मजला शोभेल.
एक गोष्ट नक्की, तू माझी,
मी तुझा, अगदी काहीही झालं तरी.

4. चाहूल

कारण मी स्वप्न पाहिलं, जे सत्यात उतरेल.
तू माझ्यासामोरं, मी तुझ्या सामोरं.
फुलांच्या मांडवात, रंगाच्या उभारीत,
तू माझ्याकडे येशील, अगदी नवी होऊन.

पिवळाधमक हा झेंडूचा, गुलाबी गर्द हा गुलाबाचा,
लालेलाल हा शेवंतीचा, आणि पांढराशुभ्र मोगऱ्याचा.
एका निळसर अवकाशात, तुझी सोनेरी चाहूल.
आणि त्या सोबतीला, सगळ्यांच्या आशीर्वादाची झालर.

तू माझ्यासाठी प्रथम आहेस, मी तुझ्यासाठी प्रथम असेन.
असणारच आणि असायलाच हवं! कारण मला विश्वास
आहे.
आपण साजरा करू, पहिल्या सरीचा सुगंध.
तुझे डोळे मिटतील, त्या वेदनेच्या आवेशात.

5. उसासा

आणि मग आपण, जाऊया अरुंद वाटेवर.
थोडंसं थांबत, उसासा घेत.
घट्ट होतील हात, जेव्हा पाऊल पण थांबेल.
जेव्हा तू हसशील, भरपूर सुखात.

काही बोलायचं आहे का? मला काही ऐकायचं आहे का?
तुला काही हवे आहे का? ते माझ्याकडे आहे का?
एक रम्य संध्या आणि प्रेम, माझ्यातील मी हरवेन,
कारण आता बस, तू थोडा धीर धरावा.

आणि आता प्रवास, तुझ्या सोबतीने,
वेळच्या शेवटपर्यंत, आणि सुखाच्या संगतीने.
कोण प्रबल होतंय? मी, का पुन्हा मी?
तू, का पुन्हा तू? का, आपण दोघे आणि आपलं प्रेम?

6. सोबत

आता काय हवं मला? तूझी सोबत आणि,
थोडासा पाऊस, थोडस गोडधोड, काही थेंब आणि काही
श्वास.
चल थोडंसं भिज, जेव्हा सुखाचा पाऊस पडेल,
चल नव्यानं जग, जेव्हा मी सोबत असेल.

पण आज मला भीती वाटते, तुला गमवायची तुला
हरवायची,
मी शब्द तर दिलाय, पाहू तू त्याला कसा ठेवतेस.
तू मला प्रश्न विचारलास, आणि मला काय बोलावं कळेना,
मी हो तर म्हणलं, आणि मनात भय दाटलं.

काही माझ्याकडं सत्य आहे, त्यातही काही खोटं असावं,
काही काळ असेल, त्यात हि भविष्य नसावं.
पण माझं प्रेम आहे, असणारच,
राहणारच, शेवटच्या श्वासापर्यंत.

7. अंगण

आणि सरते शेवटी
तेच झालं
पाखरांच्या किलबिलातूनी
जीवनाचं उमंग सापडलं.

तुजला पाहिल्यावर
रंग सांडलं
पावसाच्या उशाला
संपूर्ण अंगणात सुख मांडलं.

अगदी असेच
मी शब्द वेचलं
आणि पुन्हा सुरवात कराया
मी पुन्हा तुजला पाहिलं.

8. शब्दार्थ

पहिलं वाटलं
खूप सोपं असणार
नकळत व्यक्त होणं
आणि स्वतः त्यात सामावून जाणं.

मोजक्याच अक्षरांमध्ये
आभाळभर बोलून जाणं
अस्पष्ट आणि अधांतरी
गप्पांना काहीतरी अर्थ देणं.

असो मला काय
आपण हो म्हणायचं
कारण बाकी सारे शब्दार्थ
तर तिनेच शोधून मला सांगणं.

9. उतरण

माणसाने कस
मोकळं असावं
काळ्याभोर मातीवर
जस कापसाचं उभं रहावं

अगदी नाहीच म्हटलं
तरी काही सैल असावं
बळीच्या जोरावर
गाडीमध्ये निवांत बसावं

तिन्ही सांजला
दिन उतरणीला
फक्त तुझ्या नजरेचा
एकटक पान असावं

10. रुसावे

कधी तु असावे
कधी मी असावे
न बोलता एक
अभंग व्हावे

कधी प्रेमाच्या हाकेत
कधी फक्त नजरेत
न बोलता एक
कादंबरी बनावे

कधी तू रुसावे
कधी तू फुगावे
एक शब्द न बोलता
मी फक्त प्रेम करावे

11. स्वच्छंद

अगदी काही क्षणात
निळ्या मंडळावर ढग दाटले
काही सरीच्या रूपात
मेघदूताने आपले विश्व मांडले

सजीव त्या माझ्या मनात
भावनांचे काहूर भरविले
मी असा स्वच्छंद पण अशांत
माझे अंतरंग निश्चल पावले

तुझ्या हलक्या स्पर्शात
अगणित ती प्रश्न व कोडे
असंख्य शब्द मनात
पण माझ्यासमोरी स्मित उत्तरे

12. चकमक

माझ्यासवे एक शिल्प तू
तर कधी स्वप्नवत आकृती तू
नाजुकशी कधी लाजरी तू
तर कधी सणासम साजरी तू

दूर असलेलं एक हिमनग तू
तर कधी सामोराचं मृगजळ तू
झगमग चांदणीची चकमक तू
तर कधी मंद चंद्राची छाया तू

माझ्यासाठी कधी फक्त तू
तर कधी अर्धांगिनी चे रूप तू
आधी माझे एक निमित्त तू
तर आता माझे सर्वस्व तू

13. अंतरंग

अंधुक धुक्यातून वाट
कधी बिंदास चालत
आणि हलकीशी ठेचकाळत
पण पुढे घेऊन जात.

त्या धुक्यातून एक धुंध
काही स्पर्श काही अंतर
मोगऱ्याचा हलकासा गंध
आणि एक रेशमी तार.

ते शब्द आणि ते वचन
मनाचे, भावनांचे हे बंध
तुझे अंतरंग, तुझे चैतन्य
आणि हे सर्व आजन्म.

14. क्षितिज

शांत अशी, आणि अथांग
मज मना कधी व्यक्त
निश्चित अशा भरतीचा अंग
जस स्पष्ट आणि सत्य.

विस्तृत अशी, आणि सौम्य
तव अर्था कधी साध्य
अल्प अशी, आणि संभ्रम
जस क्षितिज निरंतर अंतर.

काही बोलेन मी, कधी भेट
काही ऐकेन मी, अशी शब्द
प्रत्येक क्षणा अशी नावीन्य
कधी स्मित, तर कधी रंग.

15. पाखरं

उंच पायऱ्या चढताना
दमछाक होऊन बसावं
कधी कड्यावरच्या आकाशाला
निहारताना शांत रहावं.

एक एक रूप तुझं राया
असंख्य रंग ते मोजावं
उतरणीचा शालू तो गर्द हिरवा
आणि त्यावरी किलबिल पाखरं.

हा बालाघाट पाहताना
हाती हात तुझं असावं
हि सह्याद्री भटकताना
तुझं हृदय माझं व्हावं.

16. मृगजळ

आता काही मोजकेच दिवस
काही मोजकाच अंतराचा काळ
मनात एक निशब्द भाव
आणि त्या नंतर मोकळी पहाट.

थोडीशी लालसर दूरची किनार
सोबत सोन्याची समान झालर
असंख्य पाखरांची किलबिल
आकाश भरारीचे एकसाथ सूर.

असेच असेल प्रत्येक तो क्षण
नक्कीच, फक्त त्यास काही आस
तू सोबत, कधी तू मृगजळ
तरीही तू उद्याची माझी ओळख.

17. अडचण

आणि हि वाट मी चाललो
न सुरुवात याची नाही अंत हि
कळत नकळत आज निघालो
जशी गवसली एक कस्तुरी हि.

काही वेळा मी स्वतः म्हणालो
थोडी अगदी क्षणभर घे विश्रांती
पण कोणाचा तरी आवाज तो
कोणची तरी अंधुक सावली ती.

वाट अवघड वा सोपी
पार होईल निश्चित ते
मग संकट आणि अडचण
भेद घेईल तुझे प्रेम ते.

18. सांगावं

कधी याला पहावं
कधी त्याला बोलावं
काही तरी निमित्त शोधून
मी तुजला भांडावं.

कधी चहा आणि साखर
कधी भाजीत मीट नसावं
थोडस तिखट रागवून
तू मजला बोलत करावं.

कधी शब्दात सांगावं
कधी दूर कोस अंतराव
पण मनाच्या कोपऱ्यात
प्रेमाचं नव अंकुर फुटावं.

19. इंग्लिश

मन भरून बोलावं
आणि त्यातच मोकळं व्हावं
अक्षरांचे रेशमी जाळ
मनात आता घट्ट करावं.

ते अनंत सुखाचे
आणि अमर्याद आनंदाचे
सखोल आणि नाजूक ते बंध
कधी न सैल पडावं.

कधी मराठीत भांडावं
कधी इंग्लिश मध्ये ऐकावं
पण सरते शेवटी
प्रेमाच्या भाषेत समजावं.

20. समर्पित

हास्य आणि तू
दोन्ही सारखेच न
आनंद अन सोबती तू
माझ्यासाठी मोक्षच न.

वेळ अंत हि असावी
तू सोबती असता
कारण चंद्र अंतरी राहिला
तशी तू माझ्या सारखीच न.

मी कधी अजंता पहिले
कधी माझे प्रेम जडले
कळत नकळत असे ते
तू माझे शिल्प न.

21. श्वास

ती रिमझिम
ती तुझी आठवण
त्या पावसातील तुझी भेट
आणि चिंब आवेशातली ती मन.

ते पडणारे टपोरे थेंब
त्या थेंबातून उडणारी ती काळी माती
एक मोहक अन मंद श्वास
आणि त्यात तुझा सुटलेला सुस्कारा.

असो माझ्या
या सर्व कल्पना आणि भ्राती
एक स्वच्छ आणि घडीव तू
मन अंतरी तू वसावी.

22. शिल्प

किती सोपं आहे न
मनानं व्यक्त होणं
प्रेमाणं प्रेमाला जिंकणं
आणि त्यातच जगणं.

कधी तुला बघणं
तू म्हणशील लपून छपून
नाही ग ते तुझ्या नजरेत
माझं प्रेमाचं स्वप्न पाहणं.

मग दिवस असाच सारण
आणि रात्र रात्र जागणं
माहित आहे का कशासाठी हे सगळं
तुझे चित्र स्वप्नात सामावण.

23. अलगद

कधी शांत व्हावं
कधी स्तब्ध राहावं
कधी न बोलता मी आपलं
थोडस प्रेम करावं.

तुला अलगद पहावं
तितक्याच पटकन फिरावं
पण तुझ्या नयनांनी
तेच अलगद झेलावं.

आज सुख पुढ्यात असावं
पण त्यात तू नसावं
हीच थोडी खंत पुन्हा
तुझ्या विरहात मी जगावं.

24. स्पंदनं

पावसाच्या सरीत काही हरवलं
तुझ्या नयनात मी स्वतःला सोडलं
हा म्हणता कोसळणारी थेंब
आणि तुझ्या हृदयाचं जोरदार स्पंदनं.

थोड्या अंतरावर डोलणारा मोहर
आणि आपल्या दोघांची त्याकरिता अखंड ओढ
किती राहणार आपण आता असेच नीरस
एकमेकांच्या मनात चालणारी जाणुनी घालमेल.

अगदी क्षणात हा उभा काळोख दाटला
आज उंच माझा सह्याद्री गर्द सजला
या तुझ्या माझ्या भांडणात हि कोसळता
काही असेल राहिले तर राहू दे, हि वेळ संपता.

25. भांडण

समजून उमजून भांडणारी तू
कळत अर्थात शांत असा मी
कधी एक शब्द मोजणारी तू
आणि तुझ्या मते त्या शब्दाचं कारण मी.

तुझं रुसणं सांगणारी, रुसलेली तू
तुझ्या रुसण्यात साजरा होणारा मी
त्या रागात होणारी, लालेलाल तू
त्या लालीवर मलाई मारणारा मी.

रातीचा अबोला, सकाळी तुझ्या डोक्यावरती
त्या अबोल्याचं कारण दिवसभर शोधणारा मी
सायंकाळी उगाच बेचैन वाट पाहणारी तू
त्या प्रहरात वाट फिरणारा मी.

26. उल्हास

अगदी शेवटच्या टप्प्यात मोक्यात
अगदी अमावस्याच्या उत्तर प्रहरात
तुझा एक मंजुळ आवाजात
तू गायलं जीवनाचं आनंद उमंग.

बेरंग असा तो दिन आणि रात
तू आली इंद्रधनूच्या आवेशात
सोबत आणला तू हा अंग पाऊस
आणि संबंध अंगण हा हर्ष उल्हास.

आणि तू स्वतःच्या मर्जीत
कधी लखलख तर कधी शांत थेंबात
आणि माझा हात पकडून एका झटक्यात
मला वाहून नेशील या सुखाच्या प्रवाहात.

27. निर्दोष

काही पाठमोरे काही अस्पष्ट अडखळत
काही प्रशंसक होत काही व्यक्त
तुम्ही दोघे, कालही आणि आजही
नर आणि नारी एक निर्दोष सुचत.

कधी तू होणार यात सामील आनंदात
तर कधी म्हणशील हे सगळं शब्दाचे घोळ
पण अंतरंगी तुझ्या मनाच्या कोपऱ्यात
हे तूच पहिले, तुझ्या जीवनाचे सार्थ.

असेल का हे सत्य
असेलही आपल्या दोघांच्या नकळत
पण अशी असावी आपल्या दोघांची संगत
जशी तुझ्या, तुझी पुण्याची मिसळ.

28. मराठी

तू मनमुराद खळखळून हसावं
काही समजलं नाही की थोडस रुसावं
नेमकं म्हणणं काय माझं हे सांगावं
कि माझ्या शब्दात मी स्वतः गुंफाटुन जावं.

तुझी मराठी मोठ्या शहराची
माझी आपली, उधार तर थोडी उसनवारी
हे असच असत, तू हे सांगणारी
मी ते कस शक्य हाय, असं विचारणारी.

यांचा ना आरंभ ना शेवट अशी हि तुझी यारी
तुझ्या होकारात मान डोलवत मी उभा तुझ्या दारी
प्रेम करणारी, प्रेम असणारी
तुझ्या मनाच्या खिडकीत माझ्या जीवांची हि उधारी.

29. रुसलेली

तुला आठवत का, तू थोडी रुसलेली
रिमझिम पावसात माझं सव भिजलेली
थोडस रागात लाल असलेली
आणि हातात हात घेऊन उभारलेली.

निघताना आनंद ओसंडून टिपणारी
किंचितसा वेग होता मला घट्ट पकडणारी
डोळे बंद करून हळू आवाजात पुटपुटणारी
मी पडले तर, हरवशील मला असं सांगणारी.

बोचऱ्या थंडीत मला अलगद बिलगणारी
चहा सोबत थोडस गोड बोलणारी
आणि अगदी असेच मला बघणारी
तुझ्या प्रेमात मी वेडी झाली रे दिवाणी.

30. प्रसंग

आणि तू तयार झालीस
माझ्या सव हुंडडायला
हिरव्या शालूत खुललेलं रूप तुझं
माझ्या सव प्रसंग करायला.

किती चाललो तरी न तू थकलीस
अरे थोडंच राहिलंय हे पार होण्याला
पावलावर पाऊल टाकत तू निघालेली
मी आपला उसासा घे विसाव्याला.

आणि तू जिकंलीस या उंच माथ्यावर
मी आपला शेवटच्या पायऱ्यांवर मारत धापा
शेवटी तू जिकंलीस दोन पाऊल मागे टाकत
माझ्या जवळ येत, पदरात स्वतःच च्या
एक एक टिपत माझ्या घामाच्या धारा.

31. काहूर

तुझ्या मनातले निपचित ते काहूर
तुझे मांडलेले सहज मोकळे शब्द
तुझ्या एका प्रश्नातले अनेक प्रश्न
त्या सगळ्यांना माझ्यासव एक उत्तर.

सारे जग का आज तुझ्या विरुद्ध
त्या जगाच्या अशी का जगण्याची रास
तुझ्या प्रेमात आज उभा मी धुंद
त्या प्रेम रंगास त्यांचे अगणित का सवाल.

तुझ्या नाशवंताला आज माझी गरज
त्या जगाला त्या गरजांची का अडचण
तू आज, मी आज या क्षणाला हीच ठेव
त्या जगाच्या बुडाला पुन्हा का ती पेट.

32. गुलाबी

तू होकार कळवता ती वेळ सजली
किती आर्जवे करावी तुझ्या सहवासाची
दिन सरती आणि रात्र चढती
तुझ्या होकाराची, मी किती वाट पहिली.

हा ग्रीष्म आपल्या डोईवरती
आणि मनात एक चढलेली गुलाबी थंडी
थोडस लाजत थोडस घाबरत तू आली
तुझ्या नजरेच्या इशाऱ्याला हो कळावी.

काही अंतर, काही अंतरावरती
निज तुझ्या पावलावर मी उभारी
बंद होताच पालटावरची ती कडी
एक घट्ट मिठी तुझ्या नाशवंतावरी.

33. इशारत

आणि तू शब्दांचा खेळ मांडला
नजरेत प्रेमाचा आणि देहात रंग सांडला
थोडं गावाकडचा थोडं वस्तीवरचा
हवामानाचा एक अंदाज बांधला.

एक वाऱ्याच्या मंद झुळूक
आणि मग तू दिलेली एक इशारत
थोडस धीट होऊन मी धरलेला तू साज
आणि त्या रंगात रंगलेला तुझी लाज.

आज होईल ती इबादत आणि सणावारी
त्या आनंदात आपण भिजू चिंब सारी
थोडीशी गुलाबी, थोडीशी लाल तुझी लाली
पण मला भेटली ती गोड अमृताची झारी.

34. लपंडाव

बांधली मूठ का पुन्हा सैल केली
पुन्हा त्या वाट वरती तू स्वर झाली
प्रेम विरहाचा हा लपंडाव ना सोसी
तू सुखानी राहावी हीच मनस्वी.

नको त्या डोहात मजला ओढू
आता नाही ती क्षीण आणि तो जोम
नको ते शब्द आता नको ते अनुस्वार
खोलवरच्या जखमा आणि पुन्हा त्यांचे आजार.

तुझ्या आनंदात माझे आता सर्वस्व
तुझ्या जीवनात आता मी एक नगर
जर शक्य तर पुन्हा जन्म नको
पुन्हा त्या मायजालेत भोगायचे भय.

35. किनार

वाट पाहीन मी तुझी अनंता वर
हा उभा मी राहीन तेथे किनाऱ्यावर
होडी बांधून तुझ्या आणि साथीला पतवार
तू येशील ना प्रेम घेऊन आनंद शिदोरीवर